พระราชนิพนธ์

พระบาทสมเด็จพระเจ้าอยู่หัวภูมิพลอดุลยเดช

His Majesty King Bhumibol Adulyadej

Biography of a Pet Dog

เรื่อง ทองแดง

ฉบับการ์ตูน

The Story of Tongdaeng

Cartoon Version

พระราชนิพนธ์

พระบาทสมเด็จพระเจ้าอยู่หัวภูมิพลอดุลยเดช
เรื่อง ทองแดง ฉบับการ์ตูน

พิมพ์ครั้งแรก : พฤศจิกายน ๒๕๔๗ จำนวน ๑๐๐,๐๐๐ เล่ม

พิมพ์ซ้ำ ๔ ครั้ง : พฤศจิกายน ๒๕๔๗ จำนวน ๔๐๐,๐๐๐ เล่ม

พิมพ์ซ้ำครั้งที่ ๕ : ธันวาคม ๒๕๔๗ จำนวน ๕๐,๐๐๐ เล่ม

พิมพ์ซ้ำครั้งที่ ๖ : ธันวาคม ๒๕๔๗ จำนวน ๕๐,๐๐๐ เล่ม

ผู้เขียนการ์ตูนประกอบพระราชนิพนธ์ : ชัย ราชวัตร

ผู้ช่วย : โอม รัชเวทย์

　　　สละ นาคบำรุง

　　　ทิววัฒน์ ภัทรกุลวณิชย์

ที่ปรึกษาและออกแบบศิลป์ : พิษณุ ศุภนิมิตร

ศิลปกรรมคอมพิวเตอร์ : รัชนี ไทยนิรันประเสริฐ

จัดจำหน่ายโดย บริษัท อมรินทร์บุ๊คเซ็นเตอร์ จำกัด

๖๕/๖๐-๖๒ ถนนชัยพฤกษ์ ตลิ่งชัน กรุงเทพฯ ๑๐๑๗๐ โทร. ๐ ๒๘๘๒-๒๐๐๐

พิมพ์ที่ บริษัทอมรินทร์พริ้นติ้งแอนด์พับลิชชิ่ง จำกัด (มหาชน)

　　　๖๕/๑๖ ถนนชัยพฤกษ์ ตลิ่งชัน กรุงเทพฯ ๑๐๑๗๐ โทร. ๐ ๒๔๒๒-๙๐๐๐

ราคา ๑๔๙ บาท

His Majesty King Bhumibol Adulyadej
Biography of a Pet Dog

The Story of Tongdaeng, Cartoon Version

First edition : November 2004, 100,000 copies
Four reprints : November 2004, 400,000 copies
Fifth reprint : December 2004, 50,000 copies
Sixth reprint : December 2004, 50,000 copies

Cartoonist : Chai Rachawat

Assistants : Ohm Ratchavej
　　　　　　 Salah Nakbumrung
　　　　　　 Thi-wa-wat Pattaragulwanit

Art consultant and graphic designer : Pishnu Supanimit

Computer graphics : Ratchanee Thainirunprasert

Distributed by Amarin Book Center Company Limited
65/60-62 Chaiyaphruk Road, Taling Chan, Bangkok 10170 Tel. 0 2882-2000

Printed in Thailand by Amarin Printing and Publishing Public Company Limited
　　　　　　 65/16 Chaiyaphruk Road, Taling Chan, Bangkok 10170 Tel. 0 2422-9000

ISBN 974-272-917-4

Price 149 Baht

พระราชปรารภ

พระบาทสมเด็จพระเจ้าอยู่หัวทรงมีพระราชดำริว่า ทองแดงเป็นสุนัขธรรมดาที่ไม่ธรรมดา มีชื่อเสียงเป็นที่รู้จักกันนับว่ากว้างขวาง มีผู้เขียนเรื่องทองแดงก็หลายเรื่อง แต่น่าเสียดายว่า เรื่องที่เล่า มักมีความคลาดเคลื่อนจากความจริง และขาดข้อมูลสำคัญบางประการ โดยเฉพาะเกี่ยวกับความกตัญญูรู้คุณของทองแดงที่มีต่อ“แม่มะลิ” ที่พระบาทสมเด็จพระเจ้าอยู่หัวทรงยกย่องว่า **“ผิดกับคนอื่นที่เมื่อกลายมาเป็นคนสำคัญแล้ว มักจะลืมตัว และดูหมิ่นผู้มีพระคุณที่เป็นคนต่ำต้อย”**

ทองแดงเป็นสุนัขที่มีสัมมาคารวะ และมีกิริยามารยาทเรียบร้อย เจียมเนื้อเจียมตัว รู้จักที่ต่ำที่สูง เวลาเฝ้าฯ พระบาทสมเด็จพระเจ้าอยู่หัว จะนั่งต่ำกว่าเสมอ แม้จะทรงดึงตัวขึ้นมากอด ทองแดงก็จะทรุดตัวลงหมอบกับพื้น และทำหูลู่อย่างนอบน้อม คล้ายๆ กับแสดงว่า “ไม่อาจเอื้อม”

คุณสมบัติของทองแดงดังที่กล่าวนี้ น่าจะมาจากนิสัยของแม่แดง ซึ่งแม้จะเป็นสุนัขเร่ร่อนต่ำต้อย จนถูกเจ้าหน้าที่ กทม. จับไปรอวันตายที่ทุ่งสีกัน เมื่อโชคดีได้รับอุปการะอยู่ในบ้าน ก็ได้วางตัวเหมาะสมอย่างมหัศจรรย์ โดยเฉพาะในด้านเคารพสุนัขอาวุโส ที่แม้จะเคยรังแกแม่แดงก็ไม่เคยโต้ตอบหรือเคียดแค้น ทุกครั้งที่พบ ก็จะวิ่งเข้าไปหมอบคารวะผู้ใหญ่เช่นเดิม

เรื่อง สุนัขสามตัวนี้ คือ แดง มะลิ และทองแดง แสดงว่าสุนัขจรจัดมีคุณสมบัติที่น่าปรารถนาสำหรับเป็นสุนัขเลี้ยงในบ้าน สุนัขจรจัดที่มีผู้เมตตารับเลี้ยง ส่วนมากมักจะเจียมเนื้อเจียมตัว และมีความซื่อสัตย์จงรักภักดีต่อเจ้าของเป็นพิเศษ เสมือนสำนึกในบุญคุณ ทั้งยังฉลาดไม่แพ้สุนัขนอก บางตัวก็สวยงาม หรือมีความโดดเด่นสง่างาม เช่น ทองแดง เป็นต้น

ในประเทศไทยมีหลายแสนตัวที่จะเลือกได้ ความจริงมีล้นเหลือ แต่ถ้าหากเจ้าหน้าที่ทางราชการจะช่วย ก็จะมีผู้ที่ยินดีอย่างยิ่งในการเปิดบ้านต้อนรับสุนัขเหล่านี้ จะเป็นการช่วยแก้ปัญหาสุนัขเร่ร่อนซึ่งเป็นอันตราย นอกจากนี้ยังช่วยแก้ปัญหาสัตว์เลี้ยงหรูหราราคาแพง ซึ่งทำให้เศรษฐกิจตกต่ำ ทั้งหันมาพัฒนาสายพันธุ์สุนัขไทย ที่ฉลาดน่ารักและซื่อสัตย์ ที่มีอยู่มากมาย

พระตำหนักเปี่ยมสุข วังไกลกังวล หัวหิน
วันที่ ๒๖ พฤศจิกายน ๒๕๔๕

Preface

His Majesty the King entertains the opinion that Tongdaeng is a common dog who is uncommon. She is quite widely known. Many accounts about Tongdaeng were published, but regretably, there were many departures from the truth; at the same time, they also lacked many important details, particularly Tongdaeng's gratefulness and respect to "Mae Mali", which His Majesty praises as being **"different from many others who, after having become an important personality, might treat with contempt someone of lower status who, in fact, should be the object of gratitude."**

Tongdaeng is a respectful dog with proper manners; she is humble and knows protocol. She would always sit lower than the King; even when he pulls her up to embrace her, Tongdaeng would lower herself down on the floor, her ears in a respectful drooping position, as if she would say, "I don't dare."

Tongdaeng must have inherited this quality of respect for elders from her mother, "Mae Daeng" who used to be a lowly stray dog which was taken to the dog pound to await her death. But once she had the chance to be taken into a good home, she behaved in an admirable fashion, specially in her respectful behavior toward a senior dog who bullied her. Daeng never fought back or held a grudge against her. Whenever Daeng saw this old dog, she still ran to greet her with respect.

The story of these three dogs, Daeng, Mali, and Tongdaeng, shows that dogs from the street can have all the desirable qualities that one could want from pet dogs. Most adopted stray dogs are usually humble and exceptionally faithful to their owners as if they are grateful for this kindness. Moreover, they are not inferior to imported dogs in terms of intelligence. Some are attractive or have a distinctive smart look like Tongdaeng.

In this country, there are thousands to choose from. They are, in fact, too numerous, but if the authorities would help, many people would be more than willing to give a suitable home for these dogs. It would help to solve part of the problem of dangerous stray dogs as well as reduce the import of expensive "luxury pets" which take a toll on the economy of the country. Therefore, we should encourage the improvement of the existing varieties of Thai dogs, which can provide good looking as well as faithful pets.

Piemsuk Villa, Klaikangvol Palace, Huahin
November 26, 2002

คำนำของ ทองแดง (ฉบับการ์ตูน)
พระราชนิพนธ์สมเด็จพระเทพรัตนราชสุดา

เมื่อ พ.ศ. ๒๕๔๕ พระบาทสมเด็จพระเจ้าอยู่หัวทรงพระราชนิพนธ์หนังสือเรื่อง ทองแดง เป็นเรื่องสุนัขทรงเลี้ยงที่เฉลียวฉลาดจงรักภักดี พระราชนิพนธ์เรื่องนี้แฝงข้อคิด คติธรรมที่มีคุณค่า ทั้งยังสนุกสนานเป็นที่ซาบซึ้งตรึงใจบรรดาสมาชิกผู้รักสุนัขทั้งชาวไทยและ ชาวต่างประเทศ เนื่องจากทรงพระราชนิพนธ์ภาษาไทยและภาษาอังกฤษพิมพ์ลงในเล่มเดียวกัน มีพระบรมฉายาลักษณ์ที่ทรงฉายกับทองแดงและครอบครัว คงจะจำกันได้ว่าเป็นที่นิยมมาก จนในเดือนแรกที่หนังสือออกมา มีปัญหาพิมพ์หนังสือออกมาไม่ทันความต้องการของผู้ที่ประสงค์ จะซื้อหนังสือ

ในครั้งนี้คุณชัย ราชวัตรเขียนการ์ตูนทูลเกล้าฯ ถวายประกอบเรื่องพระราชนิพนธ์ ทำให้ผู้อ่านเห็นภาพตามเรื่องพระราชนิพนธ์ได้ชัดเจนยิ่งขึ้นเพราะคุณชัยได้ไปดูพื้นที่จริงและ เขียนภาพหลายภาพที่ไม่มีภาพถ่ายตีพิมพ์ในเล่มเดิม ภาพการ์ตูนซึ่งเป็นภาพสีสดใสเหล่านี้ ดูมีชีวิตชีวาเหมือนเคลื่อนไหวได้ ให้ข้อมูลเพิ่มเติมเกี่ยวกับทองแดงและสุนัขทรงเลี้ยงอื่นๆ แนวทางที่พระบาทสมเด็จพระเจ้าอยู่หัวทรงค้นคว้าเรื่องสุนัข และภาพทิวทัศน์ในพระตำหนัก จิตรลดารโหฐาน พระราชวังดุสิต และวังไกลกังวล หัวหิน ผู้อ่านจะทราบปรัชญาของเรื่องได้ โดยอ่านพระราชปรารภที่ตีพิมพ์ในหนังสือนี้

หนังสือเรื่องทองแดงทั้งฉบับเดิมและฉบับการ์ตูนช่วยให้บุคคลทั่วไปเห็นคุณค่าของ การเลี้ยงสุนัข และทราบตระหนักว่าถ้าเราเลี้ยงเขาด้วยความรักความเอาใจใส่ เราจะได้รับ ความรักตอบแทนจากเขาเช่นเดียวกัน

สิรินธร.

Preface for the Story of Tongdaeng (Cartoon Version) by Princess Maha Chakri Sirindhorn

In 2002 His Majesty the King wrote the book "Tongdaeng" which was the story of an intelligent and devoted dog. That book contained valuable ideas and was, at the same time, entertaining. Moreover, it touched the heart of Thai as well as foreign dog lovers because the English version was printed alongside the Thai version. There were photographs of the King taken with Tongdaeng and her family. People may still remember that the book was a great hit, and in the first month, there was a problem that the printing could not keep pace with the overwhelming demand.

For this version, Mr. Chai Rachawat drew the pictures illustrating the King's story. To enhance the comprehension of the story, Mr. Chai went to see the actual scenes and added more pictures that were not portrayed in the original book, including the Chitralada Villa, Dusit Palace and Klaikangvol Palace in Huahin. The colourful cartoons were very lively, giving an illustration of movement. It gave additional information about Tongdaeng and other dogs raised by the King as well as guidelines about the way the King studies the dogs. An insight in the philosophy of the story was given in the original preface.

The Tongdaeng books, both the original one and the cartoon version, will help the people at large benefit from keeping dogs and realize that, in giving them loving care, one will get their love in return.

Sirindhorn

เรื่อง ทองแดง

ฉบับการ์ตูน

The Story of Tongdaeng

Cartoon Version

ซอยศูนย์แพทย์พัฒนา ที่เกิดของ "ทองแดง"

เมื่อวันที่ ๒๙ กันยายน ๒๕๔๑ พระบาทสมเด็จพระเจ้าอยู่หัว เสด็จพระราชดำเนินไปทรงเจิมศิลาฤกษ์ คลินิกศูนย์แพทย์พัฒนา

The Medical Development Center Alley: Tongdaeng's Birthplace

On September 29, 1998 (2541), His Majesty the King went to annoint the foundation stone of the Medical Development Center Clinic

และทอดพระเนตรแปลงผัก
บริเวณใต้ทางด่วนรามอินทรา

and visited the vegetable plot below the Ram-Indra Expressway,

ซึ่งปัจจุบันนี้คือ ร้านโกลเด้นเพลซ
พระรามเก้า เขตวังทองหลาง

which is, at present, the location of Rama Ninth "Golden Place" convenient store, in the Wang Tonglarng District.

ในการเตรียมรับเสด็จครั้งนั้น เจ้าหน้าที่กรุงเทพมหานครได้มาจัดการ
ทำความสะอาดและดูแลความเรียบร้อยในบริเวณที่จะเสด็จพระราชดำเนินผ่าน

In preparation for the Royal Visit, officials from the Bangkok Municipality came to make sure that the place would look spick and span.

ในบริเวณคลีนิกศูนย์แพทย์พัฒนา
และหมู่บ้านข้างคลีนิกศูนย์แพทย์พัฒนา มี
สุนัขจรจัดอยู่หลายตัว

In the neighborhood of the Medical Development Center and the nearby
housing estate, there were many stray dogs,

แต่ที่ชาวบ้านเลี้ยงดู
ให้อาหารเป็นประจำ มีอยู่ ๔ ตัว

ซึ่งมีชื่อเรียกกันตามสี
และลักษณะของสุนัข คือ "ดำใหญ่"
(สุนัขเจ้าถิ่นจอมเจ้าชู้ ซึ่งต่อมานำไปทำหมัน)

four of them were regularly fed and looked after by the local community. They were called according to their colors or characteristics, such as "Dam Yai" (Big Black), the leader of the group, a sort of Casanova, who later was taken to be neutered;

8

"ดำเล็ก" (หายไปเพราะถูกดำใหญ่รังแก)

"เป๋" (สุนัขพิการ)
และ "ด่าง" (สีขาวด่างน้ำตาล)

"Dam Lek" (Little Black), who soon disappeared because Dam Yai bullied him; "Pay" (The Lame One), a crippled dog, and "Darng" (Patchy, white with brown patches.)

9

เมื่อเจ้าหน้าที่ กทม. มาเตรียมงาน

When the officials from the Municipality came to prepare for the visit,

they also took away the four dogs.

The local people who used to feed the dogs regularly, protested because they had become attached to these dogs.

ความทราบถึงพระบาทสมเด็จพระเจ้าอยู่หัว

จึงรับสั่งให้แพทย์ที่คลินิกศูนย์แพทย์พัฒนา

When their complaints came to the attention of the King, a royal order was given to a doctor of the Clinic

to get in touch with the Bangkok Municipality to ask for the return of the dogs.

This caused confusion and annoyance for the officials who had come to catch the dogs,

เพราะคนหนึ่งสั่งให้จับไป อีกคนหนึ่งให้นำมาคืน ทั้งๆ ที่
สุนัขเดินทางไปเกือบถึงทุ่งสีกันแล้ว

for the fact that one order had been issued to take the dogs away, while a counter-
order was given to bring them back, even though they had nearly reached Tungsikan
(the dog pound).

Anyhow, when they received the radio message to bring them back, they brought them back, with an addition of two more dogs.

แต่เมื่อมีวิทยุให้นำมาคืน จึงนำมาคืน
โดยแถมมาให้อีก ๒ ตัว

Nobody knew where these two dogs came from.

ดังนั้นสุนัขทั้งหมดจึงได้กลับ "บ้าน" ที่เคยอาศัยอยู่

Thus, all the dogs had safely returned "home" where they used to live.

ในวันที่เสด็จพระราชดำเนินเพื่อทรงเจิมศิลาฤกษ์
อาคารคลินิกศูนย์แพทย์พัฒนา

พระบาทสมเด็จพระเจ้าอยู่หัวยัง
ทอดพระเนตรเห็น “ดำใหญ่” วิ่ง
อยู่ข้างๆ ทางเสด็จพระราชดำเนิน

ดำใหญ่ ต้องไปทำหมันเพราะบังอาจ
ลอบไปจีบสาวโกลเด้นรีทรีเว่อร์ใน
หมู่บ้านไปได้ ๒ ตัว

The day the King came to annoint the foundation stone of the Medical Center, the King saw “Dam Yai” running beside the King’s route. “Dam Yai” (Big Black) had to eventually be neutered because he dared to woo two golden retrievers in the community,

ทำให้มีลูกสุนัขพันธุ์โกลเด้นรีทรีเวอร์ออกมาเป็นสีดำทั้งหมด ๑๕ ตัว (๙ + ๖)
กลายเป็นสุนัขพันธุ์ลาบราดอร์ "ตระกูลดำใหญ่" ยังความหงุดหงิดให้แก่
เจ้าของบ้านเป็นยิ่งนัก

resulting in having 15 (9 + 6) all-black golden retrievers puppies, or "Dam Yai
Labradors". The result produced a great displeasure to the owner.

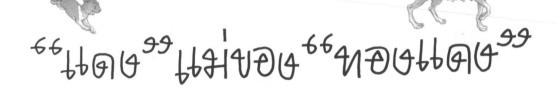

"แดง" แม่ของ "ทองแดง"

สุนัขใหม่ ๒ ตัวที่เพิ่มขึ้นมานี้ ตัวหนึ่ง
ชาวบ้านเรียกว่า "แดง" เพราะมีสีน้ำตาลแดง

"Daeng" Tongdaeng's mother

One of the additional dogs was called "Daeng" (Red) because she had reddish-
brown coat.

เมื่อถูกปล่อยก็หนีเข้าไปในซอยหมู่บ้าน
ข้างคลินิกศูนย์แพทย์พัฒนา และไม่ยอมออกไป
จากซอยนั้นอีกเลย

ส่วนอีกตัวหนึ่งมาอาศัยอยู่ใน
บริเวณคลินิกศูนย์แพทย์พัฒนา
ได้ ๒ - ๓ วันก็หายไป

When she was released, she immediately ran into the alley adjoining the Medical Development Center to take refuge and never left it again. As for the other dog, he remained in the Medical Development Center neighborhood for a few days and disappeared.

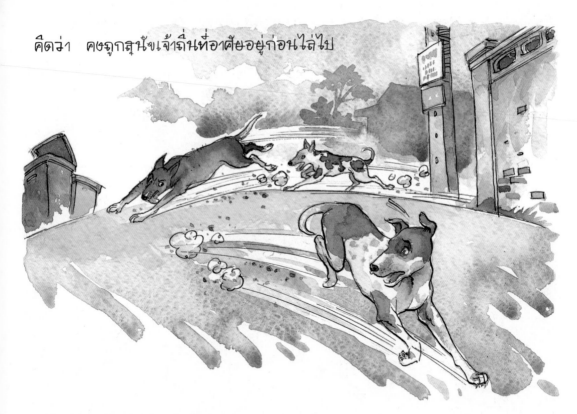

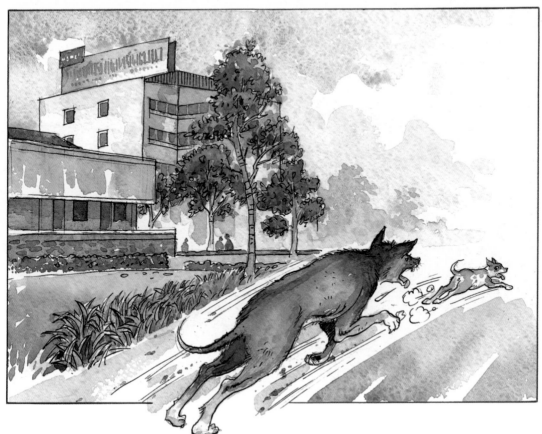

Probably because he was chased away by the other dogs.

เมื่อมี "แดง" มาเพิ่ม
ชาวบ้านในซอยก็เลี้ยงดูให้อาหาร
เช่นเดียวกับตัวอื่น

When "Daeng" came, she was fed the same way as the other stray dogs.

เมื่อมาอยู่ใหม่ๆ
"แดง" เป็นสุนัขขี้กลัว

ผอมมีแต่กระดูก

และเป็นขี้เรื้อน

When she first came, "Daeng" was a timid and nervous dog. She was a skinny and mangy dog.

ต่อมาไม่นานชาวบ้านที่เลี้ยงอาหาร
ก็เห็นว่า "แดง" อ้วนขึ้นผิดสังเกต

Not long afterwards, those who gave her food noticed that she was getting unusually heavy,

จึงรู้ว่าเป็นสุนัขท้อง

and saw that she was pregnant.

และในวันที่ ๗ พฤศจิกายน ๒๕๔๑ เวลาประมาณเที่ยงคืน

"แดง" คลอดลูกออกมา ๗ ตัว

Eventually, on the evening of November 7, 1998 (2541), before midnight, "Daeng" gave birth to seven puppies —

เป็นตัวผู้ ๑ ตัว และตัวเมีย ๖ ตัว ซึ่งต่อมา
ได้รับชื่อดังนี้ คือ

ทองแดง
Tongdaeng

คาลัว
Kalua

หนูน
Noon

ทองเหลือง (ตัวผู้ตัวเดียว)
Tongleung (the lone male)

ละมุน
Lamoon

โกโร
Koro

โกโส
Koso

one male and six females. These received the names of Tongdaeng, Kalua, Noon, Tongleung (the lone male), Lamoon, Koro and Koso.

Workers who were building the houses in the alley brought a big cardboard box to make a home for them.

The householders took care of the puppies; old newspapers and towels were brought as bedding; they also brought milk for them because "Daeng" could not produce enough milk to feed her puppies.

"ทองแดง" จากวังทองหลางสู่วังสวนจิตรฯ

ทองแดง มีลักษณะต่างจากพี่น้อง คือมีลักษณะเด่นที่ทำให้ทองแดง
ได้เข้าเฝ้าฯ ถวายตัว

"Tongdaeng" : From Wang Tonglarng to Wang Suan Chitralada

Tongdaeng had some characteristics which made her different from her siblings. The special features that afforded her the chance to be presented to His Majesty

คือมีสายสร้อยรอบคอครึ่งเส้น
ถุงเท้าขาวทั้ง ๔ ขา
หางม้วน
ที่สำคัญที่สุด คือ จมูกแด่น
และหางดอกสีขาว

เช่นเดียวกับ "ทองดำ"
สุนัขหลวงซึ่งเกิดวันที่
๘ พฤศจิกายน ๒๕๔๑

were the half necklace on her neck, four white socks, the curled tail, and most important, the white spot on the nose and the tail tip, the same as "Tongdam", a royal dog that was born on November 8, 1998 (2541).

พระบาทสมเด็จพระเจ้าอยู่หัว จึงทรงรับ
ลูกสุนัขตัวน้อยนี้ไว้ เพื่อเป็น "แฟน"
ทองดำ และพระราชทานชื่อสุนัขว่า
"ทองแดง" เพราะมีสีน้ำตาล
และเพื่อให้สอดคล้องกับ
"ทองดำ" ซึ่งมีสีดำ

For these reasons, His Majesty the King accepted the little puppy with the intent that they would become a couple. She received the name "Tongdaeng" (copper) because of her reddish-brown coat to correspond with "Tongdam" (black gold) who was black.

"ทองแดง" ได้เข้าสวนจิตรฯ ถวายตัว
เมื่อวันที่ ๑๓ ธันวาคม ๒๕๔๑
เมื่อมีอายุเพียง ๕ อาทิตย์

และกลายเป็น "คุณทองแดง"

Tongdaeng was presented to the King on Sunday, December 13, 1998 (2541), at the age of only five weeks and became Khun Tongdaeng.

อย่างไรก็ตาม ถึงแม้ว่า
ทองแดงจะเป็นคู่หมาย
ของทองดำตั้งแต่ก่อน
เข้าวัง

แต่ในที่สุดคู่ที่แท้จริงของทองแดง ก็คือ "ทองแท้" หนุ่ม "บาเซนจิ" และมี
ลูกด้วยกัน ๙ ตัว เมื่อวันที่ ๒๖ กันยายน ๒๕๔๓ ทั้งนี้เพราะว่า ทองแดง
มีลักษณะบางอย่างที่คล้ายคลึงกับสุนัขพันธุ์ "บาเซนจิ"

Nevertheless, though Tongdaeng had been intended for Tongdam, before coming
to the palace, the real destined one for Tongdaeng was "Tongtae", the young
"Basenji". Tongdaeng was mated with Tongtae because she had some characteristics
similar to the Basenji. Their offsprings consisting of three females and six males
were born on Tuesday, September 26, 2000 (2543).

โดยที่ยังเด็กมากเมื่อมาอยู่ที่สวนจิตรฯ ทองแดงจึงต้องอาศัยกินนม "แม่มะลิ" หมาเทศ (ภริยาของ "สุดหล่อ" สุนัขดัลเมเชี่ยน) แม่ของ "ทองดำ" และพี่น้องทั้ง ๙ ตัว ซึ่งเพิ่งเกิด วันที่ ๘ พฤศจิกายน ๒๕๔๑ หลัง ทองแดง ๑ วัน

Tongdaeng came to Chitralada at a very tender age, so she needed to have mother's milk. She was lucky to have the milk of "Mother Mali", the stray dog (the mate of Sud-Lo, the Dalmatian dog), the mother of Tongdam and the other eight puppies who were born on November 8, 1998 (2541), a day after Tongdaeng.

ส่วนพี่น้องของทองแดง
ชาวบ้านก็ช่วยกันรับมา
เลี้ยงดูในบ้าน "แดง" จึงได้
เข้ามาอยู่ในบ้านพร้อมกับลูก
อีก ๒ ตัว และน้อง
อีกตัวหนึ่งก็ได้อยู่บ้านหลัง
ตรงกันข้าม

อีกสองตัวมีผู้มาขอไปเลี้ยง
เช่นเดียวกัน

ส่วนสุนัขที่เป็นตัวผู้ตัวเดียว   ได้รับ
พระราชทานชื่อว่าทองเหลือง   โชคดี
ได้อยู่บ้านที่เจ้าของเป็นข้าราชบริพาร

ดังนั้น "แดง" และลูกๆ ทั้งหมด
จึงเปลี่ยนสภาพจาก "หมาเทศ"
(เทศบาล) มาเป็น "หมาบ้าน" เต็มตัว

Tongdaeng's siblings were taken care of by the neighbors. "Daeng" eventually came to live in a house with two puppies; another puppy was taken into the home the other side of the alley; two other sisters were taken elsewhere; the only male puppy which the King named "Tongleung", had the chance to be taken into the home of a royal attendant. Thus, "Daeng" and all her children changed their status from being stray dogs to house dogs.

42

วันที่ทองแดงมาเฝ้าฯ พระบาทสมเด็จพระเจ้าอยู่หัว ทองแดงร้องไห้
ตลอดทางที่มาจากวังทองหลาง อาจเป็นเพราะคิดถึงแม่ หรือว้าเหว่เพราะยัง
เด็กมาก แม้ผู้นำมาจะได้ป้อนนมและขนมก็ไม่หยุดร้อง แม้อุ้มไว้บนตักหรือ
อุ้มเดินไปมา ทองแดงก็ยังไม่หยุดร้อง แต่น่าประหลาด
ที่เมื่อถวายตัวแล้ว ทองแดงก็หยุดร้อง

แล้วคลานเข้ามาซุกที่พระเพลาเหมือน
จะฝากชีวิตไว้กับพระองค์

และหลับสนิทอย่างหมดกังวล
คลายความหวาดกลัวและความ
ว้าเหว่ทั้งมวล

The day Tongdaeng came to be presented to the King, Tongdaeng cried all the way from Wang Tonglarng. Perhaps it was because she missed her mother and was lonely because she was so very young. Although the one who brought her gave her some milk and cakes, she did not stop crying. Even when she was put on the lap or carried around to pacify her, Tongdaeng did not stop crying. Strangely enough, once she had been presented to His Majesty, she stopped crying, and crawled to nestle on his lap, as if entrusting her life to his care, and fell fast asleep, free from all worries, loneliness and fear.

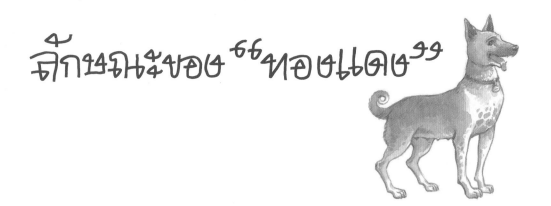

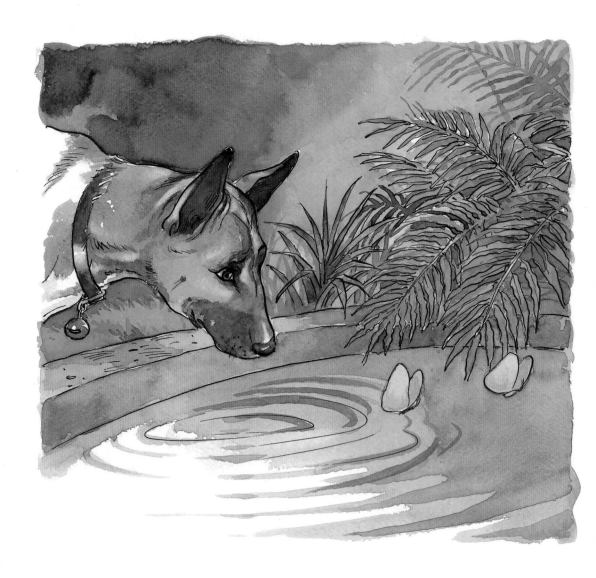

ลักษณะของ "ทองแดง"

Characteristics of Tongdaeng

จากลักษณะของ ทองแดง คือมีหางที่ม้วนหนึ่งรอบครึ่ง ประกอบ
กับมีหางดอกสีขาว และมีรูปร่างสูงเพรียวและสง่างาม

Tongdaeng's characteristics — a tail, one and a half turn curl with white dot at the end, and a streamlined, handsome figure —

คล้ายกับสุนัขพันธุ์ซึ่ง
พระบาทสมเด็จพระเจ้าอยู่หัว

ทรงระลึกว่าเคย
ทอดพระเนตรเห็นในหนังสือ
เกี่ยวกับสุนัขพันธุ์ต่างๆ

resembled a type of dogs that His Majesty the King recollected having seen in a book about different breeds of dogs.

เมื่อทรงค้นในหนังสือเล่มนั้น ก็ปรากฏว่า ทองแดงมีลักษณะบางประการ

คล้ายคลึงกับสุนัขพันธุ์ "บาเซนจิ" ทำให้สนพระทัยยิ่งขึ้น

และทรงค้นคว้าข้อมูลเกี่ยวกับบาเซนจิ เพราะเป็นสุนัขที่ไม่เป็นที่รู้จัก แพร่หลายในเมืองไทย ทรงหาหนังสือเกี่ยวกับบาเซนจิหลายเล่ม

When he looked in that book, it appeared that Tongdaeng had some characteristics akin to the "Basenji". This intrigued him still more, and he studied further about the Basenji, because they were dogs that were not yet well-known in Thailand. He searched many books about the Basenji,

including information on the internet to study about the history of the Basenji.

He found that, at present, the Basenji was considered an ancient race of dog,

มีถิ่นกำเนิดบริเวณแอฟริกากลาง
เดิมอยู่ประเทศคองโก

originating from the Congo in Central Africa.

ใช้งานในการล่าสัตว์
โดยมีหน้าที่ชี้ตำแหน่งสัตว์
เก็บสัตว์ที่ถูกยิงแล้ว
และไล่ต้อนสัตว์ให้ไปติดตาข่าย

They were used in hunting to locate game, to retrieve those that had been killed, and to chase the game to the nets.

และมีรูปสลักภายใน "พีระมิด ซาการ่า"
ที่ประเทศอียิปต์มาประมาณสี่พันปีแล้ว
แสดงรูปสุนัขกัดแอนติโลปตัวย่อมๆ

There are engravings in the Saggara Pyramid, in Egypt, depicting dogs biting a sizeable antelope dating about four thousand years ago.

และมีรูปหินสลักฟาโรห์ เรนู และราชินี เดเด็ต (Pharaoh Renu and Queen Dedet) ใต้ที่ประทับของฟาโรห์ มีสุนัขพันธุ์บาเซนจิหมอบอยู่

There is also an engraving of Pharaoh Renu and Queen Dedet showing a Basenji crouching under the Pharaoh's throne.

He understands the psychology of the dog, and how to deal with them. If one does not understand them, the Basenji seem to be a very stubborn dog.

จะต้องใช้ความละมุนละม่อม จึงทรงสอนและแสดงให้พี่เลี้ยง
และครูฝึกที่ดูแลสุนัขที่มีเชื้อสายพันธุ์บาเซนจิ
ว่าควรจะปฏิบัติอย่างไร

They must be treated with gentleness. The King taught and showed the attendants
how to handle and take care of dogs which have Basenji blood in them.

เมื่อครูฝึกจูงสุนัขมาตั้งแถวคอยรับเสด็จ
ซึ่งมักจะมีจำนวนห้าตัวขึ้นไป
เมื่อใกล้เวลาเสด็จฯ ทองแดงจะนั่งตรง
ตาจ้องตรงไปยังจุดที่จะเสด็จลง ไม่
วอกแวก
ขณะที่สุนัขบางตัวลงนอนบ้าง
หันซ้ายหันขวาบ้าง

When the trainers line-up the dogs, usually numbering five or more, to greet the King's arrival, Tongdaeng would sit at attention, looking straight in the direction from where the King would arrive, without flinching, whereas some other dogs would either lie down, or look left and right.

ดังที่ทราบกันว่าลักษณะเด่นของสุนัขพันธุ์บาเซนจิคือ “ไม่เห่า” และ “ไม่มีกลิ่นตัว” ลักษณะเด่นอีกอย่างหนึ่งคือ มีท่วงท่าสง่างาม ราวกับม้าพันธุ์ดี ทองแดงก็มีลักษณะเช่นนั้น คือวิ่งสวย หลังตรง ท่าสง่า ไม่ว่าจะวิ่งแบบ “เหยาะๆ” หรือวิ่งแบบ “ควบ” ก็ตาม

เวลายืน ทองแดงก็วางท่าสง่างามเช่นเดียวกัน

It is known that outstanding characteristics of the Basenji are that it “doesn’t bark” and “has no body odor”. Another distinguishing feature is its proud bearing like a purebred horse. Tongdaeng has a handsome gait, with a straight back, be it a trot or a gallop. When she stands, Tongdaeng also has a magnificent proud bearing.

ฉะนั้นจะเห็นได้ว่าทองแดง มีลักษณะเด่น
เช่นเดียวกับสุนัขพันธุ์บาเซนจิหลายประการ
ดังที่กล่าวมาแล้วคือ "ไม่เห่า"
"ไม่มีกลิ่นตัว" และ
"ท่าทางสง่างาม"
Basenji
แต่เมื่อทรงเปรียบเทียบ
ทองแดงกับบาเซนจิแล้ว
ทองแดงมีขนาดตัวใหญ่กว่า
บาเซนจิ จึงทรงเรียกว่า
"ไทยซูเปอร์บาเซนจิ"

One may thus see that Tongdaeng has many characteristics of the Basenji dogs, of which have been mentioned—"barkless", "odorless", and "dignified bearing." Anyhow, when compared with the Basenji, Tongdaeng is larger than the Basenji, so the King called her a "Thai Super-Basenji".

ทองแดงเป็นสุนัขที่หน้าตาเปลี่ยนแปลงมากที่สุด คือเมื่อมาใหม่ๆ
ทองแดง มีหน้าสั้น หูตก ตาโต เหมือนลิงอเมริกาใต้ (ซาปาจู)

แต่เมื่อโตขึ้นหน้าจะยาวขึ้น หูตั้ง หน้าตากลายเป็น
คล้ายสุนัขตำรวจ (แอลเซเชี่ยน) แสดงว่า
ทองแดงมีส่วนผสมสุนัขหลายพันธุ์
เช่นเดียวกับ "สุนัขพันทาง" ทั้งหลาย

Tongdaeng is a dog that has undergone many changes as she grew up. At first,
Tongdaeng had a short face, drooping ears, big round eyes, not unlike a South
American monkey (sapajou), but as she grew up, she got a longer face and pointed
ears, which made her resemble somewhat a police dog (Alsatian). It means that
Tongdaeng is a mixture of many breeds of dogs, a truly "thousand ways mixed mid-
road dog."

ความฉลาดของ "ทองแดง"

Tongdaeng's intelligence

ทองแดง เป็นสุนัขที่ฉลาด
และ "รู้ภาษา" ไม่ว่า พระบาท
สมเด็จพระเจ้าอยู่หัวจะรับสั่งกับ
ทองแดงอย่างไร ทองแดงก็รู้เรื่อง
และทำตาม แม้พระบาทสมเด็จ
พระเจ้าอยู่หัวจะรับสั่งค่อยๆ

Tongdaeng is an intelligent dog and quick to understand. Whatever the King tells Tongdaeng, even very softly, she would understand and do accordingly.

เช่นเมื่อทองแดงไปคาบกระดูกไก่
ที่อีกามาทิ้งอยู่ในพุ่มไม้บริเวณ
สวนที่พระตำหนักจิตรลดา-
รโหฐานมาเคี้ยว

พระบาทสมเด็จพระเจ้าอยู่หัวจะรับสั่งว่า

"ไม่ดี ทองแดง"

ทองแดงก็จะคายกระดูก
ทันที

Once, Tongdaeng found a chicken bone, left by the crows, in a bush in Chitralada Villa and was chewing on it; the King saw this and said, "Tongdaeng, that's not good". Tongdaeng immediately spat out the bone

และวิ่งตามเสด็จต่อไป

and ran to join the King.

สนใจประมง

อีกเรื่องหนึ่งที่แสดงถึงความฉลาดและแสนรู้ของทองแดงคือ   เมื่อ
ตามเสด็จพระบาทสมเด็จพระเจ้าอยู่หัวไป "ทะเลน้อย" ที่วังไกลกังวล หัวหิน

Interest in fisheries

Another show of Tongdaeng's cleverness and understanding is when she
accompanied the King to the "Thale Noi" (The Minor Sea at the Klaikangvol Palace),

แต่ที่มีมากที่สุดคือปลาดุกรัสเซีย

เมื่อมีผู้โยนขนมปังให้ ก็จะกระโดดแย่งกันกิน ดีดน้ำกระจายโฆงฆาง

where there were schools of many fishes, but the greatest number was the Russian catfish. When bread was thrown in, they would jump up to eat, splashing noisily,

ซึ่งทองแดงสนใจมากและมักยืนจ้องดูนานๆ   อย่างกึ่งกล้ากึ่งกลัว

คือหางตกเล็กน้อย

และสะดุ้งเวลาปลากระโดด

which Tongdaeng watched with great interest and would stand there watching for a long time, with half-fascination and half-awe, signified by her half-unfurled tail and occasional startle when the fish jumped.

81

เมื่อเสด็จพระราชดำเนินไปด้านทะเลน้อยจะรับสั่งว่า

"ทองแดงไปดู
ปลาดุกกัน"

ทองแดงก็จะวิ่งนำไปทันทีอย่างดีใจ

Whenever the King went in the direction of the "Minor Sea", he would say, "Tongdaeng, we are going to see the catfish", Tongdaeng would run and lead the way with joy.

มีอยู่ครั้งหนึ่ง เมื่อเสด็จลงจากพระตำหนัก
ทองแดงก็จะวิ่งนำไปในทิศที่เลี้ยงปลาดุก

แต่พระบาทสมเด็จพระเจ้าอยู่หัวรับสั่งว่า

"ทองแดง
วันนี้ไม่ไปดูปลาดุก"

ทองแดง ซึ่งวิ่งนำไปแล้ว หันกลับ
มา ถอนใจ แล้ววิ่งกลับมาเฝ้าฯ
โดยดี

Once, when Tongdaeng saw the King coming down from the villa, she started to run in the direction of the catfish, but the King said, "Tongdaeng, today, we are not going to see the catfish." Tongdaeng, who had already led the way to the catfish, turned back, gave a sigh, and ran back to the King.

ชั่งน้ำหนัก

เรื่องชั่งน้ำหนักก็เช่นเดียวกัน พระบาทสมเด็จ
พระเจ้าอยู่หัวจะรับสั่งว่า "ทองแดงไปชั่งน้ำหนัก
และอยู่นิ่งๆ นะ"

ทองแดงจะเดินไปเองขึ้นบนแท่นของเครื่องชั่ง
แล้วหมุนตัวกลับหลังหันหน้ามองพระพักตร์
และนั่งนิ่ง

Checking her weight

When the King wants to check Tongdaeng's weight, he would say,
"Tongdaeng, go and weigh yourself, and stand still." Tongdaeng would get on the
weighing scale, then, turn around, look at the King, sit down, and remain very still

จนพระบาทสมเด็จพระเจ้าอยู่หัวทรง
อ่านน้ำหนักเรียบร้อยแล้ว

ทองแดงจึงลงจาก
เครื่องชั่ง

มาตอนหลังๆ นี้ ทองแดงมาแบบใหม่
คือนั่งทอดอารมณ์ท่าเก๋ไก๋บนแท่นชั่งน้ำหนัก

until the King would read out the weight: only then would she step down from the scales. Lately, Tongdaeng would crouch comfortably on the scale, looking very smart.

ใช้โทรจิตเรียกลูก
นอกจากฉลาดและ "รู้ภาษา" ดูเหมือนว่าทองแดง จะมีโทรจิต และใช้ได้ผล
เพราะมีหลายครั้งที่ลูกๆ ของทองแดง ออกไป วิ่งเล่นไกลจากพระบาทสมเด็จพระเจ้าอยู่หัว
ส่วนทองแดง จะลาดตระเวนไป ข้างหน้า แล้วกลับมาเฝ้าฯ อีก

Using telepathy to call her children

Apart from being clever and quick to understand, it seems that Tongdaeng has the gift of telepathy, and can use it effectively. On many occasions, Tongdaeng's children would run off to play far from His Majesty. As for Tongdaeng, she would scout about in front of the King, then come back to him.

เมื่อทรงเห็นว่าลูกของทองแดงวิ่งไกลเกินไป
พระบาทสมเด็จพระเจ้าอยู่หัวจะรับสั่งว่า
"ทองแดง
ไปตามทองม้วนมา"

ทองแดงจะลุกไปจ้องดูลูกๆ ที่วิ่งออกไป

ไม่นานทองม้วนก็จะ
วิ่งมา

On one occasion, when the King thought that Tongdaeng's children had strayed too far away, he said "Tongdaeng, go and fetch Tongmuan." (Tongdaeng's number three offspring) Tongdaeng stood up and gazed out in that direction; in an instant, Tongmuan came running back.

If that had happened only once or twice, it could have been construed as a coincidence, but it happened many times, not only with Tongdaeng's children, but also with other dogs. Tongdaeng can use the power of telepathy to call them back to His Majesty.

ถ้าอยู่ในระยะใกล้
ทองแดงจะเดินไปตามเอง
เช่นเมื่อทองแท้เข้าเฝ้าฯ
พระบาทสมเด็จพระเจ้า-
อยู่หัว ก็มักจะชอบนั่ง
หลบมุม ส่วนทองแดงจะ
เฝ้าฯ อยู่ใกล้พระองค์
เสมอ

เมื่อถึงเวลาที่จะต้องทูลลากลับบ้าน
บางครั้งพระบาทสมเด็จพระเจ้าอยู่หัว
จะรับสั่งว่า

"ทองแดงไปเรียกทองแท้
ถึงเวลากลับบ้านแล้ว"

ทองแดงก็จะเดินไปหา
ทองแท้ และสะกิดให้ลุก
ขึ้นมา

    If the distance is not too great, Tongdaeng would walk to the spot to fetch them. For example, when Tongtae is with the King, he would usually sit in a hidden corner, while Tongdaeng would always stay near the King. When it is time to go home, sometimes the King would say, "Tongdaeng, go and fetch Tongtae; it's time to go home." Tongdaeng would go and nudge Tongtae to get up.

บางครั้ง ทองแดงถูกใช้ให้เชิญเสด็จพระบาทสมเด็จพระเจ้า-อยู่หัวด้วย เช่นเมื่อทรงพระดำเนินออกกำลังพระวรกายแล้ว

พระบาทสมเด็จพระเจ้าอยู่หัว มีรับสั่งกับคณะผู้มาเฝ้าฯ นานเกินไปหน่อย

เลยเวลาที่จะเสด็จขึ้น ทองแดงที่ยืนเฝ้าห่างออกมาจะเดินเข้าไปเฝ้าฯ แล้วเลียพระหัตถ์หลายครั้ง

Sometimes, Tongdaeng would be sent to remind the King of the time. Usually, after completing his exercise walk, the King would stop to chat with those who come to meet him and sometimes he stays longer than he should; Tongdaeng who stands a distance away from the King would approach him and begin to lick his hand repeatedly.

90

พระบาทสมเด็จพระเจ้าอยู่หัวทอดพระเนตรเห็นเช่นนั้น ก็ทรงทราบ
จึงรับสั่งกับผู้ที่เฝ้าฯ อยู่ว่า
“ทองแดงมาตาม
กลับแล้ว”

The King sees that and gets the message, so he would tell the people, “Tongdaeng comes to remind me to go.”

นอน "แอ้งแม้ง"
ให้ทานปั้ง

ทองแดงเป็นสุนัข
ฉลาด และเรียนรู้เร็ว

เมื่อพระบาทสมเด็จพระเจ้าอยู่หัวมีพระราช-
ประสงค์จะให้ทองแดงลงนอนหงาย
จะรับสั่งว่า

"ทองแดง แอ้งแม้ง"

ทองแดงก็จะลงนอนหงายท้อง
ตามรับสั่ง

Lying on her back to receive baby powder

Tongdaeng is clever and quick at learning. When His Majesty wants Tongdaeng to lie on her back, he says, "Tongdaeng, belly-up." Tongdaeng would lie down on her back, as ordered.

วันหนึ่งทองแดงเกิดคันและเกาหลายครั้ง
พระบาทสมเด็จพระเจ้าอยู่หัว
ทอดพระเนตรดังนั้น จึงทรง
หยิบกระป๋องแป้งเด็กมาชูให้
ทองแดง
ดู
และรับสั่งว่า “ทองแดง แอ้งแม้ง จะทาแป้งให้”

One day, His Majesty noticed that Tongdaeng was scratching, so he took a can of baby powder and showed it to Tongdaeng, saying, “Tongdaeng, belly-up, I’ll powder you.”

ทองแดงก็ลงนอนหงายให้ทรงทาแป้งโดยดี
การทาแป้งนี้ทองแดงชอบมาก
เมื่อทรงทาแป้งให้ทั่วแล้ว ทองแดงลุกขึ้น
เดินสองสามก้าวก็เกาอีก

Tongdaeng lay down on her back as she was ordered and let the King sprinkle her with a soothing dose of baby powder, which she really appreciated. After a short while, she got up, walked a couple of steps and scratched once again;

พระบาทสมเด็จพระเจ้าอยู่หัว
จึงรับสั่งว่า
“ทองแดง
ทาแป้งแล้ว ไม่คันแล้ว”
ทองแดงก็เชื่อและหยุดเกา
จริงๆ
หลังจากนั้น เมื่อเห็นพระบาทสมเด็จ-
พระเจ้าอยู่หัว ทรงหยิบกระป๋องแป้งขึ้นมา
ทองแดงก็จะลงนอน “แอ้งแม้ง” ทันที
เพื่อให้ทรงทาแป้งให้
จนบางครั้ง เมื่อทองแดงกลับจาก
เข้าเฝ้าฯ ก็จะถูกพยาบาลแซวว่า
“แหม! ทองแดง
พุงขาวเชียวนะ”

His Majesty said, “Tongdaeng, I already gave you baby powder; it should not itch any more.” Tongdaeng understood and stopped scratching. After that, whenever His Majesty picks up the powder can, Tongdaeng would immediately lie down belly-up, for a soothing dose of baby powder. So, sometimes, after Tongdaeng came back from a visit with the King, she would be teased by the royal nurses, “Oh, Tongdaeng, how white your belly is!”

นอนแอ้งแม้งถ่ายเอกซเรย์

เมื่อวันที่ ๓๑ มกราคม ๒๕๔๕ พระบาทสมเด็จพระเจ้าอยู่หัว โปรดให้แพทย์มาฉายเอกซเรย์พระอุระ ก่อนเสด็จเข้าโรงพยาบาลศิริราช ๒ลง โดยได้ใช้เครื่องเคลื่อนที่

หมอจึงมาเฝ้าฯ ที่พระตำหนัก
จิตรลดาฯ วันนั้น
ทองแดงตามเสด็จ
ลงไปด้วย

Lying on the back for an X-ray

On January 31, 2002 (2545) His Majesty had a radiologists take a chest X-ray before entering Siriraj Hospital. A portable X-ray was brought to Chitralada Villa. That day, Tongdaeng accompanied the King.

เมื่อทรงฉายเอกซเรย์เสร็จแล้ว ทรงถามว่า
ถ่ายสุนัขได้หรือไม่ หมอกราบบังคมทูลฯ ว่าได้
พระบาทสมเด็จ-
พระเจ้าอยู่หัวก็รับสั่งให้
“ทองแดง
นอนแอ้งแม้ง”
ทองแดงก็ลงนอนทันที

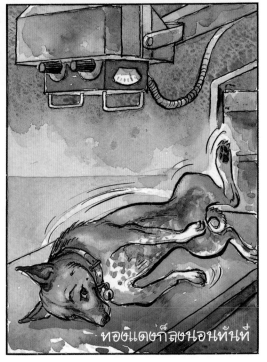

After the X-ray had been taken, the King asked if a dog could be X-rayed, the doctor said it could be done. Therefore, the King said, “Tongdaeng, lie down.” Tongdaeng immediately complied.

ทองแดงวิ่งล่วงหน้าไป
แล้ววิ่งย้อนกลับมาเป็น
เส้นทางรอบพระบาทสมเด็จ -
พระเจ้าอยู่หัว

สุนัขบางตัวจะเดินขนาบ
พระบาทสมเด็จพระเจ้าอยู่หัว

Tongdaeng would run in front, then retrace her steps to go around the King.   Some dogs would walk alongside the King.

เมื่อประทับพักผ่อนพระอิริยาบถ
ทองแดงจะหยุดเฝ้าฯ อยู่ใกล้
แต่จะหันหน้าไปด้านนอกเสมือน
ทำหน้าที่องครักษ์ มิได้มา
คลอเคลียอยู่กับพระบาทสมเด็จ-
พระเจ้าอยู่หัว
แต่ทำหน้าที่รักษา
ความปลอดภัยอย่าง
เคร่งครัด

When the King stops for a rest, Tongdaeng would also stop and remains nearby, but facing outwards. She does not stay close to the King to play, but strictly performs the duty of a security guard.

ส่วนสุนัขบางตัวจะกระโดดขึ้นมานั่งเคียงพระบาทสมเด็จพระเจ้าอยู่หัว
หรือแม้บนพระเพลา

แต่ทองแดงไม่เคยขึ้นมานั่งตีเสมอเลย

Some other dogs would jump up to sit alongside the King or even on his lap, but
Tongdaeng never sits shoulder to shoulder with the King,

ยกเว้นเวลาตามเสด็จในรถพระที่นั่ง
ซึ่งคงถือว่าเป็นการทำหน้าที่อย่างหนึ่ง

ขณะที่พระบาทสมเด็จพระเจ้าอยู่หัวประทับ
พักอยู่ สุนัขบางตัวมักจะวิ่งห่างออกไป

except when she accompanies him in the royal car, which is considered as fulfilling another duty. When the King stops to rest, the other dogs would go and run off further away.

เมื่อจะเสด็จฯ ต่อไป พระบาทสมเด็จ-
พระเจ้าอยู่หัวจะรับสั่งเบาๆ ว่า
“แถว”

มิได้รับสั่งแบบออกคำสั่งกับ
สุนัขโดยทั่วไป ไม่นานสุนัข
ทั้งหลายก็จะวิ่งมาประจำที่
อย่างรวดเร็ว ผู้ตามเสด็จ
บางคนบอกว่า ทองแดง
เป็นผู้ประสานงาน “เรียกแถว”

When the King starts to move on, he would speak softly, “Get in line!” He does not give the order loudly enough for all the dogs to hear, but very swiftly, all the dogs would come to their stations; the attendants who accompanied the King said that it was Tongdaeng who gave the order to “get in line.”

บางครั้ง พระบาทสมเด็จพระเจ้าอยู่หัว
จะทรงขับรถพระที่นั่งเอง
ทองแดง
จะตามเสด็จ
เมื่อทรงเปิดประตูรถ

On some occasions, His Majesty would drive his car himself, and Tongdaeng would accompany him. When he opens the car's door,

และรับสั่งว่า
“ทองแดง ขึ้นรถ”
ทองแดงก็จะกระโดดขึ้นมายืนบนเบาะ
ข้างคนขับ
รับสั่งว่า
“ทองแดง นั่งลง”

and says, “Tongdaeng, up you go”, Tongdaeng would jump in onto the seat beside the driver. The King would say, “Tongdaeng, sit down.”

And Tongdaeng would sit down, striking a smart pose, looking straight ahead.

บางครั้งทองแดงจะไปยืนคอย
ตามเสด็จถ้ายังมีรับสั่งกับ
ผู้ตามเสด็จอยู่

Sometimes Tongdaeng would wait patiently by the car while the King was still engaging in a conversation with others.

เมื่อประตูเปิด

ทองแดงก็กระโดดขึ้นนั่งทันที

When the door was opened, Tongdaeng would immediately jump in.

On one instance, His Majesty was going on an official function;

พอประตูรถเปิด ทองแดงก็กระโดดขึ้นนั่ง
ต้องรับสั่งว่า
“ทองแดงลงมาก่อน ตอนนี้ไปทำงาน
เดี๋ยวกลับมา”

as soon as the door opened, Tongdaeng jumped in and sat down. The King had to say, “Tongdaeng, get down; this time I’m going on an official function; I’ll come back soon.”

Tongdaeng hesitated for a moment and came down from the car.

มีอยู่ครั้งหนึ่งที่พระบาทสมเด็จพระเจ้าอยู่หัวเสด็จฯ ไป
ทรงทำพระทนต์ที่รถทันตกรรมเคลื่อนที่

One day, His Majesty the King had an appointment with the dentist at the
mobile dental unit.

ทองแดงนั่งคอยอยู่นอกรถ

จ้องเขม็งไม่ยอมไปไหน
ทำหน้าที่ดูแลความปลอดภัย

ต่อมาเมื่อเสด็จฯ ทรงทำพระทนต์อีกคราวหนึ่ง
ทองแดงได้รับอนุญาตให้ขึ้นไปตรวจดูรถ
(แค่ประตูห้องทำฟัน)

Tongdaeng waited patiently outside the dental unit, watching intently, not going anywhere, keeping guard. On another occasion, when the King went to the dentist once again, Tongdaeng was allowed to go up to inspect the mobile unit (up to the door of the dentist's room).

121

เมื่อพระบาทสมเด็จพระเจ้าอยู่หัวรับสั่งว่า

"ทองแดง
ลงไปได้แล้ว"

ทองแดงก็เดินลงจากรถโดยดี ทำให้ทันตแพทย์รู้สึกทึ่งในความฉลาดและความ
จงรักภักดีของทองแดง

When the King said "Tongdaeng, now, get down." Tongdaeng obediently got down
from the unit and waited outside. This amazed the dentists about the intelligence
and the loyalty of Tongdaeng.

122

ทองแดงมีความจงรักภักดีและผูกพันต่อพระบาทสมเด็จพระเจ้าอยู่หัวอย่างยิ่ง ปรกติเมื่อเสด็จพระราชดำเนินจากหัวหินมาประทับ ณ สวนจิตรลดาฯ หรือจากสวนจิตรลดาฯ ไปหัวหิน เพื่อทรงประกอบพระราชกรณียกิจต่างๆ จะมีการผลัดเวรสุนัขที่จะตามเสด็จ
มีครั้งหนึ่ง
พระบาทสมเด็จพระเจ้าอยู่หัวเสด็จฯ ไป
ทรงงานที่สวนจิตรฯ นานไปหน่อย
และทองแดงไม่ได้ตามเสด็จ ระหว่างนั้น
ทองแดงก็ป่วย น้ำหนักลดมาก จนต้องส่ง
เข้าโรงพยาบาล

Tongdaeng is very loyal and attached to His Majesty. Normally, when the King returns from Huahin to stay at Chitralada Villa, or from Chitralada to Huahin, for various functions, there would be rotating shift of dogs on duty. On one occasion, His Majesty came to Chitralada for functions that kept him away longer than usual, and Tongdaeng was not included in the trip. During that period, Tongdaeng got sick; she lost so much weight that she had to be hospitalized.

นายสัตวแพทย์ผู้ดูแล ตรวจร่างกายทองแดง
อย่างละเอียด ไม่พบว่ามีโรคอะไร

คุณหมอจึงสรุปว่า ทองแดงเป็นโรค "เครียด" เหตุที่ "คิดถึง"
พระบาทสมเด็จพระเจ้าอยู่หัว คุณหมอบอกว่าทองแดงเป็นสุนัขเงียบ ไม่ค่อย
แสดงออก ดังนั้นความเครียดจึงมีผลมากต่อร่างกาย จากนั้นมา ทองแดงจึง
ได้ตามเสด็จเสมอ

After a thorough examination, the veterinarian did not find anything wrong, and concluded that Tongdaeng was suffering from stress because she missed the King. The doctor said that Tongdaeng was a quiet, introvert dog, and therefore, stress would have an effect on the physical health. From that time on, Tongdaeng always accompanied the King on every trip.

ความกตัญญูรู้คุณ

ทองแดงเป็นสุนัขกตัญญูรู้คุณ ดังที่กล่าวแล้ว เมื่อมาใหม่ๆ ทองแดงอายุเพียง ๕ อาทิตย์ จึงต้องอาศัยนม "แม่มะลิ" ซึ่งเป็น "หมาเทศ" ทองแดงไม่เคยลืมคุณ "แม่มะลิ" ตอนแรกๆ ทองแดง ไม่เคยอยู่ห่าง "แม่มะลิ"

Gratefulness

Tongdaeng is a grateful dog. She was only five weeks old when she first came, so she had to benefit from the milk of "Mae Mali," who was a stray dog. Tongdaeng never forgot this kindness. At first, Tongdaeng never stayed away from "Mae Mali",

คอยติดตามแม่นมตลอดเวลา

แม้เลิกกินนมแม่แล้ว

แม้ลูกสุนัขตัวอื่นจะออกไปวิ่งเล่นกัน

always followed her wet-nurse, even after she stopped needing mother's milk. Eventhough other puppies went out running and playing,

ทองแดงมักจะอยู่คลอเคลียอยู่กับแม่มะลิ เลียหน้าเลียตาประจบประแจง
บางทีแม่มะลิสอนให้ทองแดงไป
คาบกิ่งไม้ (เมื่ออายุสามเดือน)
ต่อมาเมื่อแยกกันอยู่ เมื่อมาพบกัน
ทองแดงก็ยังแสดงความเคารพ "แม่
มะลิ"
ผิดกับคนอื่นที่เมื่อกลายมาเป็นคน
สำคัญแล้ว มักจะลืมตัว และดูหมิ่น
ผู้มีพระคุณที่เป็นคนต่ำต้อย

Tongdaeng would stay close to "Mae Mali", licking her all over lovingly. Sometimes, "Mae Mali" would teach Tongdaeng to retrieve a stick (at the age of about three months). Later on, they were separated, but whenever they met, Tongdaeng would still show respect to "Mae Mali", a thing that is different from many others who, after having become an important personality, might treat with contempt someone of lower status who, in fact, should be the object of gratitude.

ความกตัญญูรู้คุณและความสุภาพของทองแดง
ส่วนหนึ่งน่าจะมาจาก "แม่แดง" ผู้เป็นแม่บังเกิดเกล้า

เมื่อ "แม่แดง" เข้ามาอยู่ในบ้าน
ซึ่งมีสุนัขหลายตัว ก็นอบน้อมกับ
ทุกตัว

Tongdaeng's respect toward the elders and her good manners must have also been inherited from her mother "Mae Daeng". When Daeng had the chance to be taken into the house, she was humble and showed respect to all the dogs,

โดยเฉพาะสุนัขชราที่อายุมากที่สุดใน
บ้าน ซึ่งเดิมเป็น "หมาเทศ"
หลายปีมาแล้ว จนกลายเป็น
ผู้อาวุโสของบ้าน

สุนัขตัวนี้ชอบรังแกตัวอื่น และแดง
ก็ถูกรังแกเป็นประจำ แต่แดงก็ไม่
โต้ตอบ ยอมให้ข่มขู่โดยดี

ต่อมาเมื่อสุนัขชราหมดเขี้ยวเล็บโดน
รังแกบ้าง แดงไม่เคย
ร่วมทำร้ายเลย ทุกครั้งที่พบ
ก็วิ่งเข้าไปหา ทำท่า
นอบน้อมเช่นเดิม

especially the old dog, who was formally a stray dog, and eventually became the
most senior member of the house dogs, The old dog often bullied other dogs,
especially Daeng, but Daeng never fought back and let the old dog have her way.
Later on, the younger dogs took over the leadership, and the old dog became the
target of attacks instead. Daeng never took part in the attacks. On the contrary,
whenever she saw the old dog, she still ran to greet her with respect.

สอนลูก

ทองแดง นอกจากกตัญญูต่อผู้มีพระคุณแล้ว ยังสั่งสอนลูกให้มีระเบียบ
อีกด้วย

Teaching her puppies

Apart from being grateful to her benefactors, Tongdaeng teaches discipline
to her children.

เช่น ทองอัฐ เวลาเข้าเฝ้าฯ พระบาทสมเด็จพระเจ้าอยู่หัว จะตื่นเต้น ดีใจ และงับพระกรแบบอยากเล่นด้วย พระบาทสมเด็จ-พระเจ้าอยู่หัวจะรับสั่งว่า
“ทองแดง มาจัดการหน่อย”
ทองแดงจะตรงเข้างับขาลูก ลากตัวออกไป
แล้วส่งเสียงขู่
และงับปากเป็นเชิงปรามจนลูกร้องเอ๋งยอมแพ้
จะทำเช่นนี้กับลูกทุกตัวที่แตกแถว

For example, when Tong-at, (her daughter) meets the King, she would be over-enthusiastic and playfully bites the King's arm. The King would say, "Tongdaeng, come and settle things." Tongdaeng would come and grab her puppy's leg pulling her away, growling, and biting her muzzle to teach her, until she would give up by crying out. Tongdaeng would do the same thing to any of her children who get out of line.

มีอยู่ครั้งหนึ่งที่
พระบาทสมเด็จพระเจ้าอยู่หัว
เสด็จฯ ทอดพระเนตรการฝึกสุนัข
มีชุดของทองแดงทั้ง ๙ ตัว คือ

On one occasion, when His Majesty went to watch a dog training session in which the nine children of Tongdaeng took part :

ทองชมพูนุท
Tongchompunut
ทองเอก
Tong-ek
ทองม้วน
Tongmuan
ทองทัต
Tongtat
ทองพลุ
Tongplu
ทองหยิบ
Tong-yip
ทองหยอด
Tong-yod
ทองอัฐ
Tong-at
และทองนพคุณ
Tongnopkun

Tongchompunut, Tong-ek, Tongmuan, Tongtat, Tongplu, Tong-yip, Tong-yod, Tong-at, Tongnopkun.

ทองแดงไม่ได้ร่วมฝึกด้วยเพราะทำหน้าที่
ตามเสด็จพระบาทสมเด็จพระเจ้าอยู่หัว

มีอยู่ตอนหนึ่งที่ครูฝึกปล่อยสายจูง
ให้สุนัขคอยอยู่ตรงกลางเป็นวงกลม

Tongdaeng did not take part in that session because she was on duty. At one point, the trainers let go the leashes and had the dogs wait in the middle of the circle,

134

แล้วสั่งให้วิ่งเข้าหาครูฝึก

แต่ปรากฏว่าทุกตัวกลับแตกแถววิ่งเข้า
มาเฝ้าฯ พระบาทสมเด็จพระเจ้าอยู่หัว
กันหมด

then ordered them to run back to them. But, instead of running to the trainers, the dogs all ran to the King.

Tongdaeng had to do her duty in restoring order. She growled and bit them to make them go back to their stations so that the trainers could resume the training.

เมื่อถึงเวลานอนของเด็กๆ ลูกทองแดง พระบาทสมเด็จพระเจ้าอยู่หัว จะรับสั่งว่า

“ทองแดง
พาลูกไปนอน”

ทองแดงก็จะวิ่งนำลูกไปยังบ้านที่ลูกๆ นอน

แม้สุนัขรุ่นน้องอย่างปะโตเลมีย์ คลีโอพัตรา และจูเลียสซีซาร์ ถ้าพระบาทสมเด็จพระเจ้าอยู่หัวรับสั่งว่า
“ทองแดง
พาน้องไปนอน”

When it is bedtime for Tongdaeng's children, the King would say, “Tongdaeng, take your children to sleep.” Tongdaeng would lead her children to their quarters. Even for the young cousins like Ptolemy, Cleopatra and Julius Caesar, if the King tells her, “Tongdaeng, lead your young cousins to bed.”

ทองแดงก็จะวิ่งนำไปบ้าน
แถมยังไปสำรวจบ้านเสียด้วย
การสอนลูกเวลาทำผิด
คือ : ทองแดงจะแยกเขี้ยว
น่ากลัวขู่ลูก คนที่ไม่เข้าใจ
คิดว่าทองแดงจะกัดลูกจริงๆ
จะตรงเข้าห้ามและดุทองแดง แต่พระบาท
สมเด็จพระเจ้าอยู่หัวทรงทราบว่าเป็นวิธีการ
ปรามลูกของทองแดง และจะรับสั่งห้ามคนที่
ไปดุว่าทองแดง รับสั่งว่า
“ทองแดง
เขาสั่งสอนลูก”
ทรงเห็นใจทองแดงว่าจะน้อยใจที่ถูกดุ
ทั้งๆ ที่ทำหน้าที่สั่งสอนลูก

Tongdaeng would run in front leading them to their house, and even get inside to inspect their quarters.

Tongdaeng teaches her children when they misbehave by making a snarl. Those who don't understand, thinking that Tongdaeng is really going to bite her children, would interfere and chide Tongdaeng, but His Majesty knows that is the way that Tongdaeng uses to teach her children, and he forbids those who would interfere by saying, "Tongdaeng is teaching her children." His Majesty understands that Tongdaeng might feel hurt if she is reprimanded when she is doing her duty.

มารยาทดี

ทองแดงเป็นสุนัขที่มีกิริยามารยาทเรียบร้อย มีสัมมาคารวะ ไม่เคยลามปาม สุนัขตัวอื่น

Good manners

Tongdaeng is a dog with good manners; she is respectful, and not presumptuous at all.

เช่นลูกๆ ของทองแดง เมื่อเข้าเฝ้าฯ
ก็จะแสดงความดีใจ โดยกระโดด
ขึ้นนั่งบนพระเพลาแล้วเลีย
พระพักตร์

ทองแดงไม่เคยทำเช่นนั้นเลย

เวลาเฝ้าฯ จะนั่งอยู่ต่ำกว่าเสมอ
แม้จะทรงดึงตัวขึ้นมากอด
ทองแดงก็จะหมอบลงกับพื้น

Other dogs, even Tongdaeng's own children, would show their delight when they meet the King, by jumping onto his lap and lick his face. Tongdaeng would never do that. When she is with the King, she would always stay lower than him. Even if he pulls her up to embrace her, Tongdaeng would quickly crouch on the floor,

และทำหูลู่อย่างนอบน้อม
เจียมเนื้อเจียมตัว คล้ายๆ กับ
แสดงว่า "ไม่อาจเอื้อม"

เมื่อจะแสดงความจงรักภักดี
ทองแดงจะเลียพระหัตถ์อย่าง
หนักหน่วงและเนิ่นนาน

แบบที่พระบาทสมเด็จ-
พระเจ้าอยู่หัว ทรง
เรียกว่า "เลียอย่างเป็น
กิจการ" คือเอาจริง
เอาจัง

her ears down in a respectful manner, as if saying, "I dare not; it's not proper." To show respect and loyalty, Tongdaeng would lick the King's hands heartily and continuously, the way His Majesty calls, "licking in a business-like manner," meaning very earnestly.

141

The crouching posture of Tongdaeng, crossing her front paws, is well-known to frequent visitors. One royal attendant mentioned that, if one wanted to know how to sit properly when one had an audience with the King, one should look at Tongdaeng.

การที่ทองแดงเป็นที่โปรดปรานของพระบาทสมเด็จพระเจ้าอยู่หัว
ไม่ได้ทำให้ทองแดงผยองหรือเบ่ง
ตรงกันข้าม ทองแดงกลับมีสัมมาคารวะ ไม่คุกคามผู้ใด

The fact that Tongdaeng is the King's favorite dog has not made her haughty or puffed up. On the contrary, she is respectful of everybody and is not aggressive.

คนที่เคยเห็นทองแดงเมื่อเข้าเฝ้าฯ พระบาท-
สมเด็จพระเจ้าอยู่หัว ครั้งแรกจะกลัวทองแดง
เพราะหน้าตาดุ
แต่แท้จริงแล้ว ทองแดงไม่ดุ นิสัยดี เป็นมิตรกับใครจะแสดงออกโดยการเลี่ยมือ
ดังนั้นเป็นที่เอ็นดูของผู้คนในวัง และผู้อื่นที่เคยได้พบ

Anyone who have seen Tongdaeng with the King, at first, would be afraid because she has a severe look, but in reality, Tongdaeng is not aggressive at all. She is good-natured, and shows her friendliness by licking the hands. Tongdaeng is well-beloved by the people in the palace as well as those who meet her.

ความสามารถพิเศษ
ของทองแดง

ข้างถนนริมทะเลหน้าพระตำหนักที่ประทับที่วังไกลกังวล หัวหิน มี
ต้นมะพร้าวสองแถว แถวหนึ่งต้นสูง อีกแถวต้นเตี้ย เมื่อต้นมะพร้าวมีผล
เจ้าหน้าที่จะสอยลูกมะพร้าวของต้นสูงลง เกรงว่าจะหล่นลงโดนคนที่เดินข้างใต้

Tongdaeng's special talents

Lining the seashore road in front of residence at Klaikangvol Palace in Huahin,
there are two rows of coconut trees. One row has tall trees, the other has shorter
trees. When the trees bear fruit, the gardeners would take them down from the
taller trees, lest they fall on passers-by.

ส่วนลูกมะพร้าวของต้นเตี้ยที่ห้อยย้อย
ค่อนข้างต่ำ ก็ไม่ต้องสอยลงมา มี
ความสูงขนาดที่ทองแดงสามารถปีนถึง
ทองแดงชอบเก็บ
มะพร้าว
เวลาเก็บ
มะพร้าว
ทองแดงจะยืน
สองขา
ใช้ขาหน้าทั้งสองจับ
ลูกมะพร้าวแล้วหมุนๆ
แบบเดียวกับลิง
เก็บมะพร้าว

However, the fruits that are hanging quite low from the shorter trees, are not taken down. These are at a height that Tongdaeng would be able to reach. Tongdaeng likes to pick the coconuts. She would stand on her hind legs and use her front paws to twist the fruit, the same way a monkey picking coconuts does.

เมื่อลูกมะพร้าวหล่นจากขั้วแล้ว ทองแดงจะใช้ขาหน้าข้างหนึ่งเหยียบลูกมะพร้าวไว้

แล้วใช้ฟันฉีกเปลือกมะพร้าวทีละชิ้นๆ

ทองแดงจะกัดตรงขั้วแล้วฉีกถึงกะลา

When the coconut falls from the tree, she would use one front paw to secure the coconut and use her teeth to peel its skin, beginning at the stem, layer by layer until she reaches the shell.

แล้วเจาะที่ตามะพร้าวจนถึงน้ำ และ
เลียน้ำมะพร้าว
การปอกมะพร้าวต้องใช้ความเพียร และ
ความอดทนอย่างยิ่ง เพราะกว่าจะสำเร็จ
จะใช้เวลานาน
บางครั้งจะมีเลือดออกมาติด
อยู่กับลูกมะพร้าว
ทองแดงไม่สงวนลิขสิทธิ์การปอกมะพร้าว แล้วยังสอนลูกๆ หรือน้องๆ ที่อยู่ด้วย

Then she would make a hole at the eyes of the coconut, so she can lick the juice inside. To peel a coconut requires a lot of patience and perseverance, because it takes a long time to achieve the goal; sometimes there is blood on the coconut from the cuts on her gums. Tongdaeng does not reserve exclusivity the art of peeling coconuts; she even teaches her children or her younger companions to do it.

จะเห็นภาพสุนัขหลายตัวแทะมะพร้าวได้มากบ้างน้อยบ้าง แต่ไม่มีใครอดทน
และมุ่งมั่นอย่างทองแดง จึงเลิกสนใจเสียกลางคัน

เรื่องเกี่ยวกับต้นมะพร้าวอีก
เรื่องหนึ่งคือ พระบาทสมเด็จ-
พระเจ้าอยู่หัวจะรับสั่ง

"ทองแดง ไปวิ่ง
แล้วอย่าลืมอ้อมต้น
มะพร้าวด้วย"

One could see a number of dogs at different stages of coconut peeling, with more or less success, but none with Tongdaeng's patience or determination; they stop before attaining success.

Another anecdote about the coconut tree is when the King would say, "Tongdaeng, go and run, and don't forget to go around the coconut tree."

ทองแดงกับทองหลาง

ก่อนจะเล่าเรื่องของทองแดงเรื่องนี้ ก็ต้องขอกล่าวถึง "ทองหลาง" สุนัขตัวที่ ๑๘ เกิดใต้ถุนคลินิกศูนย์แพทย์พัฒนา เมื่อวันอาทิตย์ที่ ๑๗ มกราคม ๒๕๔๒ เวลาก่อนเที่ยงคืนเล็กน้อย และได้ถวายตัว เมื่อวันเสาร์ที่ ๑๓ กุมภาพันธ์ ๒๕๔๒

Tongdaeng and Tonglarng

Before relating this part of Tongdaeng's story, "Tonglarng", the King's number 18 dog, must be mentioned first. Tonglarng was born in a hole under the Medical Development Center Clinic on Sunday, January 17, 1999 (2542), just before midnight. She was presented to His Majesty on Saturday, February 13, 1999 (2542).

แม่ของทองหลางคือ "ด่าง" ซึ่งเป็นสมาชิก
ประจำที่ชาวบ้านเลี้ยงดูให้อาหาร

"ด่าง" คลอดลูกออกมา ๖ ตัว
เป็นตัวผู้ ๓ ตัว และตัวเมีย ๓ ตัว

She was the offspring of "Darng", one of the regular members of the stray dogs who were fed by the community. Darng had 6 puppies — 3 males and 3 females;

๕ ตัวเป็นสีน้ำตาล แต่ทองหลางเป็นสีขาว หน้าด่างน้ำตาลและดำ

ทองหลางมีหน้าตาน่ารักมาก ตาโตกลม

ขนสีขาวมีน้ำตาลแซมเล็กน้อย และค่อนข้างยาว

ทุกคนที่เห็นจะสะดุดตาในความน่ารัก

of these five were brown, but Tonglarng was white, with brown and black spots on the head. Tonglarng has a cute face and big round eyes. Her coat is white with specks of brown, and is relatively long. Everyone is struck by her cute looks,

ในขณะที่ทองแดงนั้น หน้าตา ธรรมดาและไม่สะดุดตา

แต่มีรูปร่างสูงเพรียวสง่างาม

ซึ่งพระบาทสมเด็จพระเจ้าอยู่หัว ทรงเรียกว่า ทองแดงเป็น "สาวหล่อ" ส่วนทองหลางนั้น อ้วนกลมตุ้ยนุ้ย น่าเอ็นดู

while Tongdaeng has plain looks, but she has a slim figure and dignified bearings. The King calls Tongdaeng, "a handsome girl," while Tonglarng is a pretty chubby girl.

ทองแดงและทองหลาง ค่อนข้างจะเป็นคู่แข่งกันโดยที่เป็น "หมาเทศ" ด้วยกัน
และได้ถวายตัวในเวลาไม่ห่างกันนักคือทองแดงได้เข้าเฝ้าฯ ก่อนทองหลางสองเดือนเศษ
และเป็นที่โปรดปรานพอๆ กัน

Tongdaeng and Tonglarng are a sort of a rival pair due to the fact that they were both stray dogs and were presented to the King nearly at the same time. Tongdaeng had been presented about two months before Tonglarng. Both are equally loved by the King.

หากได้เฝ้าฯ
พระบาทสมเด็จพระเจ้าอยู่หัว
ในเวลาเดียวกัน
แม้จะมีสุนัขอื่นร่วมอยู่ด้วย
ทองหลางจะโวยวายส่งเสียง
เห่าทุกครั้งที่พระบาทสมเด็จ-
พระเจ้าอยู่หัวทรงทักทายทองแดง

If they are in the presence of the King together, even with other dogs, Tonglarng would bark and make a big fuss if the King takes notice of Tongdaeng.

ส่วนทองแดงไม่เคยส่งเสียงประท้วงเลย

เพราะ (เหมือน) มีเชื้อสายบาเซนจิ
ซึ่งเป็นที่รู้จักกันว่าเป็น "สุนัขไม่เห่า"
(barkless dog)

As for Tongdaeng, she has never made any vocal protest because she seems to be akin to the Basenji, which is known as the "barkless dog."

วิธีแสดงออกของทองแดง เมื่อเห็นภาพ
ที่ "บาดตา" ก็คือ เมินหน้าไปทางอื่น

มีครั้งหนึ่งที่ทองแดง "งอน" คือปรกติ
ทองแดงชอบลูกพลับมาก เมื่อเห็นหรือ
แม้ได้กลิ่นก็จะ "นั่งสวย" ขอลูกพลับ

The way to show her displeasure at an offensive sight is to look away, and remain aloof. On one occasion, Tongdaeng was upset. Usually, Tongdaeng relishes persimmons; any time she sees, or only smells its fragrance, she would sit up, begging for the fruit.

ซึ่งทุกครั้ง
ที่ทองแดงเข้าเฝ้าฯ

และพระบาทสมเด็จพระเจ้าอยู่หัวทรงมีลูกพลับ
ทองแดงจะได้รับพระราชทานทุกครั้ง

Whenever Tongdaeng is with the King and there is persimmon, Tongdaeng would beg for it.

160

วันหนึ่ง ทั้งทองแดงและทองหลางได้เฝ้าฯ พร้อมกัน

และพระบาทสมเด็จพระเจ้าอยู่หัว พระราชทาน
ลูกพลับให้ทองหลาง ซึ่งก็ไม่ค่อยชอบนัก

One day, Tongdaeng and Tonglarng were together, and the King gave a slice of persimmon to Tonglarng, who did not especially appreciate it.

ทองแดงเห็นก็ "งอน"
คือ ทำคอแข็ง
เมินหน้าไปทางอื่น ไม่มอง

Tongdaeng saw this, and was disgruntled. She turned her head away and remained silent and aloof.

แม้พระบาทสมเด็จพระเจ้าอยู่หัวจะทรงเรียกชื่อหลายครั้ง

ทองแดงก็ยังเมินหน้าหนีอยู่อย่างนั้น

Even though the King called her name many times, Tongdaeng kept looking away.

163

ผู้ที่เข้าเฝ้าฯ อยู่ขณะนั้นได้เห็นภาพนี้ทุกคน

พระบาทสมเด็จพระเจ้าอยู่หัวจึงรับสั่งว่า "ต้องง้อทองแดงหน่อย"

Those present all saw that scene. His Majesty said, "I guess I have to humor Tongdaeng."

เมื่อเสด็จฯ เข้าใกล้ทองแดงและทรงเรียกชื่อหลายครั้ง

When the King approached Tongdaeng, and called her name many times,

และเลียพระหัตถ์
แบบเลียแล้ว เลียอีก

Tongdaeng ceased to be offended. She stood on her hind legs, embraced the King and licked his hands repeatedly.

คนที่เห็นต่างพากันขำ
และเอ็นดูทองแดงอย่างยิ่ง

The spectators were amused as well as charmed by Tongdaeng's reaction to the situation.

หมายเหตุ

ด้วยความดีและความจงรักภักดีต่อพระบาทสมเด็จพระเจ้าอยู่หัว
ตลอดเวลาที่ทองแดงถวายงาน พระบาทสมเด็จพระเจ้าอยู่หัว
จึงมีพระมหากรุณาธิคุณให้เรียก "แดง"
ว่า "คุณนายแดง" นับว่าทองแดงนี้
เป็นอภิชาตบุตรโดยแท้ คือ
ทำให้แม่ได้หน้าได้ตาด้วย

Notes

Due to Tongdaeng's faithful service and loyalty, the King has rewarded her by naming her mother, "Daeng" as "Khun Nai Daeng." It shows that Tongdaeng is an outstanding daughter.

"ด่าง" แม่ของทองหลาง
ได้รับพระมหากรุณาธิคุณให้เรียกว่า
"คุณนายด่าง" เพราะทองหลาง
ได้ถวายงานด้วยความจงรักภักดี
เช่นเดียวกัน เช่นเมื่อมีคน
ที่ไม่คุ้นเคยผ่านใกล้ที่ประทับ
ทองหลางจะลุกขึ้นเห่า
จนกระทั่งคนเหล่านั้นจะผ่านไป

"Darng", Tonglarng's mother, has also been awarded the name of "Khun Nai Darng," because Tonglarng has also served the King with loyalty. When there are people who approach the location where the King is resting, Tonglarng will bark at them until they are gone.

ลูกๆ ของทองแดง

Tongdaeng's children

ทองชมพูนุท
Tongchompunut

ทองเอก
Tong-ek

ทองม้วน
Tongmuan

ทองชมพูนุท
เพศเมีย
เกิดเวลา ๑๓.๓๓ น.
น้ำหนักแรกเกิด ๓๖๐ กรัม
สีน้ำตาลแก่ สีขาวรอบจมูก
ขีดขาวขึ้นหน้าผาก
ครึ่งคอซ้ายกว้าง ครึ่งคอขวาแคบ
ถุงยาว ๔ ขา หางจุดขาว

ทองเอก
เพศผู้
เกิดเวลา ๑๓.๔๔ น.
น้ำหนักแรกเกิด ๓๑๐ กรัม
สีน้ำตาลแก่ ขีดขาวขวางเล็ก
ถุงยาว ๒ ขาหน้า สั้นขาหลัง
หางจุดขาว

ทองม้วน
เพศผู้
เกิดเวลา ๑๓.๕๗ น.
น้ำหนักแรกเกิด ๓๓๐ กรัม
สีน้ำตาลแก่ครึ่งคอซ้าย หางจุดขาว

Tongchompunut

Female
Time at birth: 13.33 hrs.
Weight at birth: 360 grams
Dark brown, with white circle around the nose tapering to the forehead. Broad white on left half of the neck and narrower on the right half. Four long-socked legs with white spot on the tail.

Tong-ek

Male
Time at birth: 13.44 hrs.
Weight at birth: 310 grams
Dark brown, with slanting narrow white band on the breast. Long-socked forelegs, and short-socked hind legs. White spot on the tail.

Tongmuan

Male
Time at birth: 13.57 hrs.
Weight at birth: 330 grams
Dark brown. White band broadens to the left half of the neck. White spot on the tail.

ขนมไทย
Thai sweets

ขนมทองชมพูนุท
Tongchompunut

ขนมทองเอก
Tong-ek

ขนมทองม้วน
Tongmuan

ทองทัต Tongtat	ทองพลุ Tongplu	ทองหยิบ Tong-yip

ทองทัต
เพศผู้
เกิดเวลา ๑๔.๔๓ น.
น้ำหนักแรกเกิด ๓๕๐ กรัม
สีน้ำตาลแดงเกลี้ยง จุดขาวเหนือจมูก ถุงยาวขาหน้าซ้าย สั้นขาหน้าขวา ขาหลัง หน้าอกขาว หางจุดขาว

ทองพลุ
เพศผู้
เกิดเวลา ๑๖.๑๔ น.
น้ำหนักแรกเกิด ๓๐๐ กรัม
คลอดถอยหลัง สีดำ ขีดขาวขวาง ถุงยาว ๒ ขาหน้า หางจุดเล็ก

ทองหยิบ
เพศผู้
เกิดเวลา ๑๖.๓๒ น.
น้ำหนักแรกเกิด ๓๕๐ กรัม
สีน้ำตาลแก่ จมูกจุดขาวขึ้นเป็นเปลวบนหน้าผาก ครึ่งคอซ้ายลงไปทางท้าย ขวาขึ้นบนหัว หางจุดขาวยาว

Tongtat

Male
Time at birth: 14.43 hrs.
Weight at birth: 350 grams
Clear reddish brown with white spot above the nose. Long sock on the left foreleg, short socks on the right foreleg and hind legs. White breast and white spot on the tail.

Tongplu

Male
Time at birth: 16.14 hrs.
Weight at birth: 300 grams
Born in posterior position. Black with slanting white stripe. Long-socked forelegs. Small spot on the tail.

Tong-yip

Male
Time at birth: 16.32 hrs.
Weight at birth: 350 grams
Dark brown. White spot around the nose tapering to the forehead. White band on the left half of the neck passing to the rear and rises up on the right to the head. Long white spot on the tail.

ขนมทองทัต
Tongtat

ขนมทองพลุ
Tongplu

ขนมทองหยิบ
Tong-yip

ทองหยอด
Tong-yod

ทองอัฐ
Tong-at

ทองนพคุณ
Tongnopkun

ทองหยอด
เพศเมีย
เกิดเวลา ๑๗.๒๐ น.
น้ำหนักแรกเกิด ๓๒๐ กรัม
สีน้ำตาลแก่ จมูกจุดขาวขึ้นเป็นเปลว
บนหน้าผาก ต่อไปหลังหัว
ต่อไปที่คอลงทางขวา
หางจุดขาวยาว ถุงยาว

ทองอัฐ
เพศเมีย
เกิดเวลา ๑๘.๐๗ น.
น้ำหนักแรกเกิด ๒๙๐ กรัม
สีน้ำตาลดำ จมูกจุดขาวขึ้นเป็นเปลว
บนหน้าผาก รอบคอ ถุงยาว

ทองนพคุณ
เพศผู้
เกิดเวลา ๑๙.๐๙ น.
น้ำหนักแรกเกิด ๓๖๐ กรัม
สีดำ (สามสี) จมูกจุดขาวขึ้นเป็น
จุดกว้างบนหน้าผาก คอแคบ
ทางซ้ายกว้างออกไปทางขวา
ลูกศรขึ้นบนหัว ถุงยาว
หางจุดขาวยาว

Tong-yod

Female
Time at birth: 17.20 hrs.
Weight at birth: 320 grams
Dark brown. White spot
around the nose tapering to the
forehead and runs to the back
of the head and down to the
right side of the neck.
Long white spot on the tail.
Long socks.

Tong-at

Female
Time at birth: 18.07 hrs.
Weight at birth: 290 grams
Blackish brown. White spot
around the nose tapering to the
forehead. Stripe around the
neck. Long socks.

Tongnopkun

Male
Time at birth: 19.09 hrs.
Weight at birth: 360 grams
Black (tricolors). White spot
around the nose. Large spots
on the forehead. Narrow white
band on the left side of the
neck, expanding to the right.
The white arrow points up to
the head. Long socks and long
white spot on the tail.

ขนมทองหยอด
Tong-yod

ขนมทองอัฐ
Tong-at

ขนมทองนพคุณ
Tongnopkun